0

cero

số không

10

diez

mười

20

veinte

hai mươi

30

treinta

ba mươi

40

cuarenta

bốn mươi

50

cincuenta

năm mươi

60

sesenta

sáu mươi

70

setenta

bảy mươi

80

ochenta

tám mươi

90

noventa

chín mươi

100

cien

một trăm

1000

mil

một ngàn

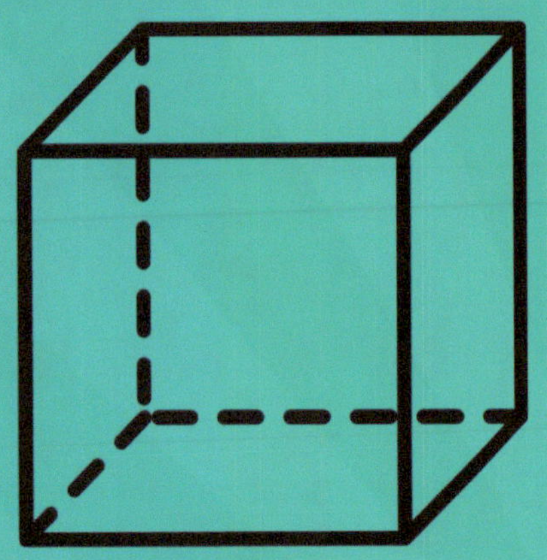

cubo

khối lập phương

bloque de juguete

khối

cubo de hielo

cục đá

caramelo

caramen

azúcar

đường

dados

xúc xắc

caja de regalo

hộp quà

caja de cartón

hộp các tông

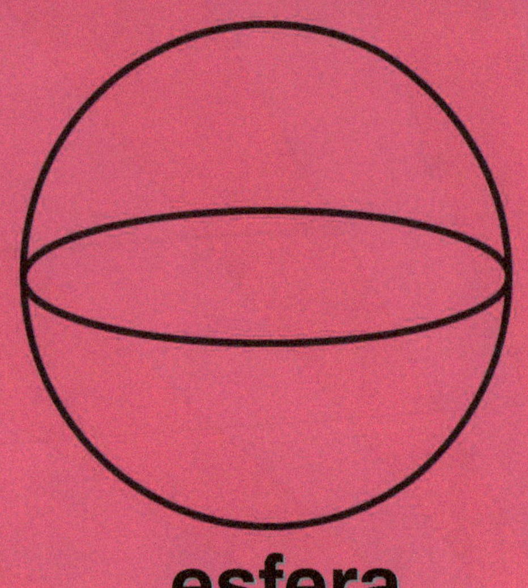

esfera

hình cầu

cuchara para helado

viên kem

perla

ngọc trai

burbuja

bong bóng

canicas

bi

planeta

hành tinh

bola de nieve

quả cầu tuyết

pelota de tenis

bóng tennis

cilindro

hình trụ

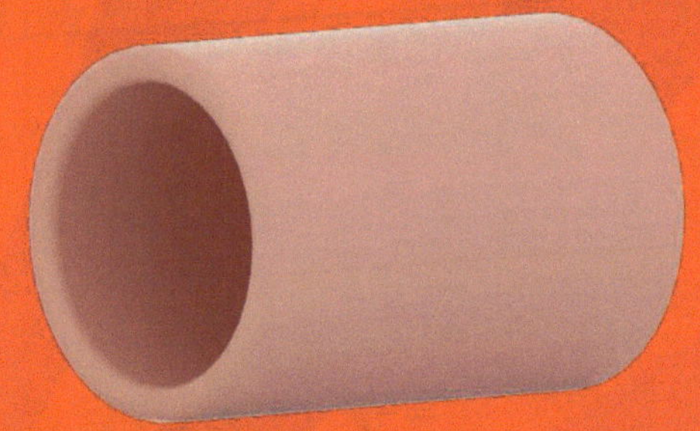

tubo

ống

baterías

pin

carrete de hilo

ống chỉ

canela

quế

rodillo

cây cán bột

salchicha

xúc xích

paca de heno

bó rơm lớn

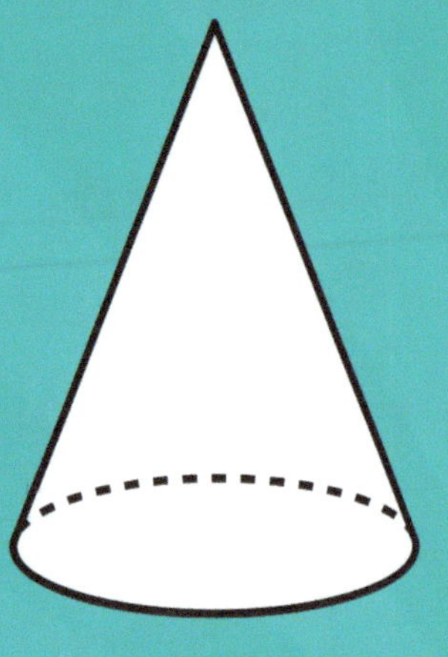

cono

nón

cono de tráfico

cọc tiêu chóp nón

cono de helado

kem ốc quế

sombrero de bruja

mũ phù thủy

mazmorra

tháp canh

abeto

cây thông

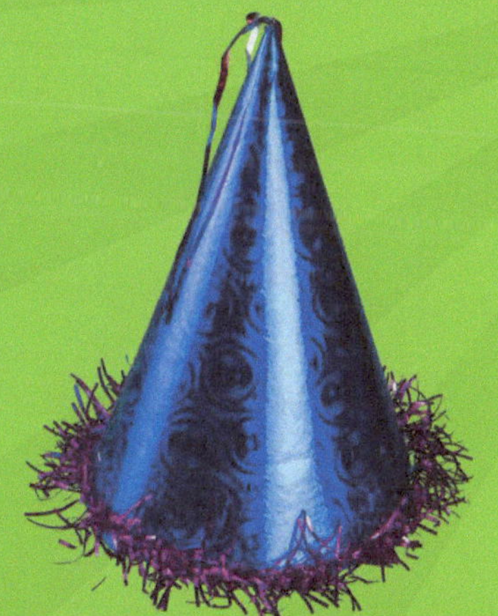

sombrero de fiesta

mũ tiệc

caracol

ốc sên

mora

dâu đen

grosella

lý chua

clementina

quýt

durián

sầu riêng

fruta del dragón

thanh long

yaca

mít

carambola

khế

espárragos

măng tây

rábano

củ cải

frijol rojo

đậu đỏ

nabo

cây củ cải

mandioca

sắn

ñame

khoai lang

garbanzos

đậu gà

águila

đại bàng

murciélago

dơi

castor

hải ly

flamenco

hồng hạc

cuervo

con quạ

mirlo

chim két

herrerillo azul

sẻ ngô xanh

urraca

chim ác là

golondrina

chim én

alondra

chim sơn ca

periquito

vẹt đuôi dài

pájaro carpintero

chim gõ kiến

pavo real

công

loro

vẹt

tucán

chim tu căng

cigüeña

cò

coral marino

san hô

anémona de mar

hải quỳ

erizo de mar

nhím biển

caballito de mar

cá ngựa

pez payaso

cá hề

pez dorado

cá vàng

cangrejo

cua

cangrejo ermitaño

cua ẩn sĩ

delfín

cá heo

narval

kỳ lân biển

pulpo

bạch tuộc

calamar

con mực

tiburón ballena

cá mập voi

orca

cá voi sát thủ

ballena azul

cá voi xanh

ballena beluga

cá voi trắng

tiburón martillo

cá mập đầu búa

tiburón blanco

cá mập trắng

tiburón limón

cá mập chanh

tiburón tigre

cá mập hổ

saltamontes

châu chấu

oruga

sâu bướm

escorpión

bọ cạp

lagarto

thằn lằn

dinosaurios

khủng long

pelo negro

tóc đen

pelirrojo

tóc đỏ

pelo castaño

tóc nâu

pelo rubio

tóc vàng

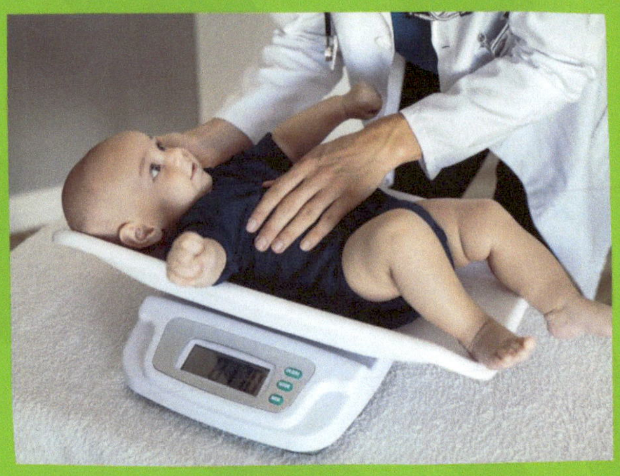

báscula

cân

hospital

bệnh viện

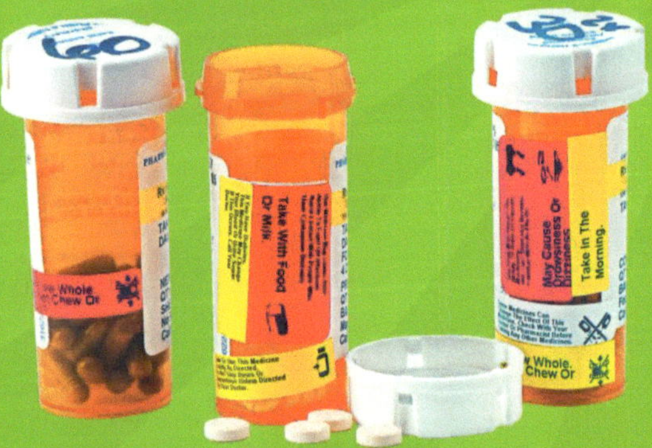

medicina

thuốc

termómetro

nhiệt kế

vendaje

băng

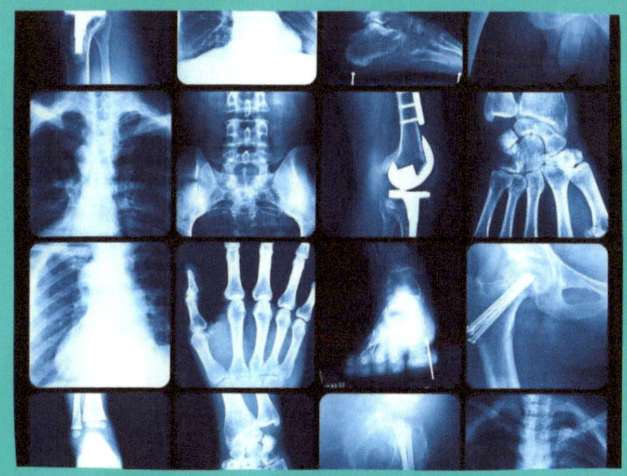

radiografía

hình ảnh X-quang

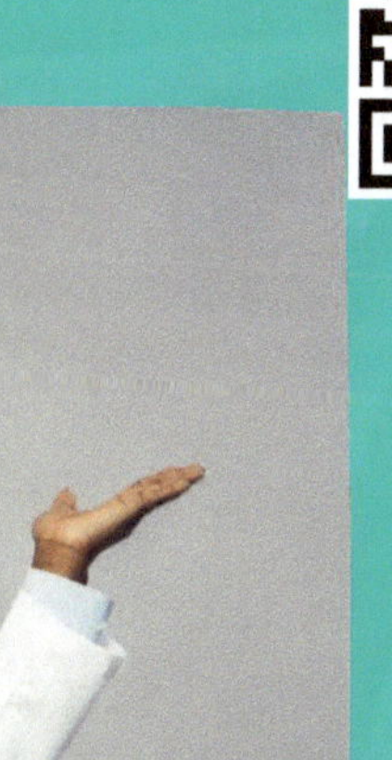

doctor

bác sĩ

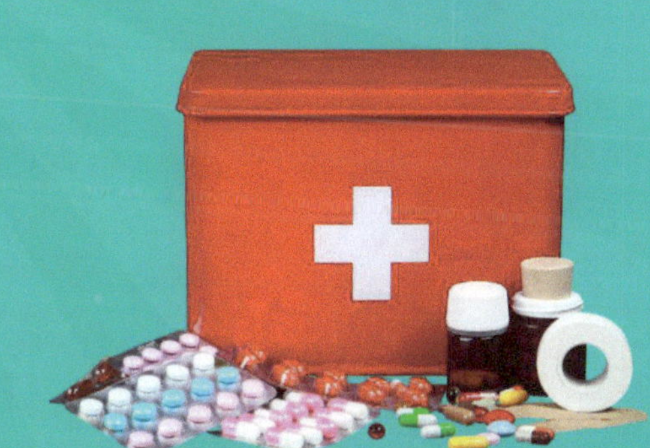

kit de primeros auxilios

bộ sơ cứu

jugar

chơi

dibujar

vẽ

contar

đếm

escribir

viết

baile

nhảy

natación

bơi

esquí

trượt tuyết

baloncesto

bóng rổ

tenis

quần vợt

ping pong

bóng bàn

fútbol

bóng đá

equitación

cưỡi ngựa

hockey sobre hielo

khúc côn cầu trên băng

judo

judo

boxeo

quyền anh

carrera

chạy bộ

béisbol

bóng chày

grillo

cricket

rugby

bóng bầu dục

voleibol

bóng chuyền

maracas

maracas

pandereta

lục lạc

xilófono

mộc cầm

violín

đàn vĩ cầm

piano

đàn piano

guitarra

đàn ghi ta

violonchelo

đàn cello

arpa

đàn hạc

tambor

trống

djembé

trống djembe

batería

bộ trống

trompeta

kèn trumpet

trompa

kèn cor

saxofón

kèn saxophone

flauta

sáo

auriculares

tai nghe

cantar

hát

partitura

bản nhạc

micrófono

micro